சிலந்தி வலை

கதையும் புகைப்படமும் *லதா மணி* சித்திரங்கள் *அசோக் ராஜகோபாலன்*

தமிழாக்கம் *ரங்கஶ்ரீ ஶ்ரீநிவாஸ்*

Tulika

Silanthi valai (Tamil)

ISBN 978-81-8146-643-3

First published in India, 2009

Originally in English

Published by
Tulika Publishers, 13 Prithvi Avenue, Abhiramapuram, Chennai 600 018, India
email tulikabooks@vsnl.com *website* www.tulikabooks.com

Printed and bound at
APR Brothers, 71 Mallan Ponnappan Street, Triplicane, Chennai 600 005, India

காற்றோட்டமான நாளது. காற்றில் தென்னை மரங்கள் அசைந்துக் கொண்டிருந்தன. அலி பால்கனியில் பந்தாடிக்கொண்டிருந்தான். அவன் அப்பா ரஷீத் அருகில் வந்து நின்றார்.

"பார், அலி," என்றார் ரஷீத், "தென்னை மரத்தின் மேல் ஒரு சிலந்தி இருக்கு."

அலி மேலே பார்த்தான். அருகில் இருந்த மரக் கிளை அசையும் பொழுதெல்லாம், கூடவே ஒரு சிலந்தியும் ஊஞ்சல் ஆடியது. சிலந்தி எதிலும் ஒட்டாமல் தானாக ஆடுவது போல் தெரிந்தது. அலி மெய்மறந்து பார்த்துக்கொண்டே நின்றான்.

“என் காமிராவை கொண்டு வருகிறேன்,” என்று ரஷீத் உள்ளே சென்றார்.

ரஷீத் ஒரு புகைப்பட நிபுணர். அவர் எடுத்தப் புகைப்படங்கள் பல பத்திரிகைக்ளில் பிரசுரமாகியிருந்தன.

ரஷீதைப் பொருத்தவரை புகைப்படம் எடுப்பது என்பது வெறும் ஏதாவது பொருளைப் பார்த்து சும்மா படம் பிடிப்பது மட்டும் இல்லை. ஒரு சிறந்த புகைப்படக்காரர் என்றால் காட்சியைப் பார்த்தால் மட்டும் போதாது, கூர்ந்து கவனிக்கக் கற்றுக்கொள்ள வேண்டும்.

பார்ப்பதற்கும், கவனிப்பதற்கும் பெரிய வித்தியாசம் இருப்பதாக ரஷீத் கருதினார். பார்ப்பது என்பது ஏதாவது பொருளோ, மனிதனோ அல்லது நிகழ்ச்சியோ கண்ணில் படுவது மட்டுமே. ஆனால் கவனிப்பு என்பது பார்க்கும் காட்சியைக் கூர்ந்து பார்த்து புரிந்துகொள்ள முயற்சி செய்வது. பார்ப்பது என்பது கண்ணில் படுவது. கவனிப்பது என்றால் கண்டுபிடிப்பு!

பார்ப்பதற்கும், கவனிப்பதற்கும் இடையே இருக்கும் வித்தியாசத்தை ரஷீத் அலிக்கு சொல்லிக்கொடுத்திருந்தார். அலி கவனிக்கும் திறனை வளர்க்க கடினமாக முயற்சி செய்துகொண்டிருந்தான். ஆனால் அவனுக்கு அது மிகவும் கஷ்டமாக இருந்தது. அவன் சதா சலனப்பட்டுக்கொண்டு நகர்ந்துக்கொண்டே இருந்தான்: மேலே, கீழே, இடது பக்கம், வலது பக்கம் என. அலிக்கு வயது ஆறு தான்!

ரஷீத் தன் காமிராவையும் மூன்று காலி ட்ரைப்பாடையும் எடுத்து வந்தார். காமிராவை ட்ரைப்பாட் மேல் முடுக்கி விட்டு அதன் உயரத்தை சரிசெய்தார். பிறகு உட்கார்ந்துக்கொள்ள ஸ்டூலை இழுத்து வந்தார்.

அலி ஸ்டூல் மீது ஏறி காமிராக்குள் பார்த்தான். சிலந்தி இப்போ எவ்வளவு பளிச்சென்று தெரிகிறது என்று வியந்தான்.

சிலந்தி, காலை வெளிச்சத்தில் பளபளத்துக்கொண்டிருந்தது. அதற்கு தலையும் உடலும் இருந்தது. எட்டு கால்கள் எண்ணினான். ஒவ்வொரு காலிலிருந்தும் சின்னச் சின்ன முட்கள் நீட்டிக்கொண்டிருந்தன. சிலந்தி அமைதியாக இருப்பதுப் போல் இருந்தது.

அலிக்கு, தான் ஏதோ ரகசிய துப்பறியும் வேலையில் ஈடுப்பட்டிருப்பதுப் போல் தோன்றியது. அவனால் சிலந்தியைப் பார்க்க முடிந்தது, ஆனால் சிலந்தியால் அவனைப் பார்க்க முடியவில்லை. சிலந்திக்கு, தான் பார்க்கப்படுகிறோம் என்று தெரியுமா? சிலந்திகளுக்கு நிறைய கண்கள் இருக்கும் என்று அவன் கேள்விப்பட்டிருந்தான். சிலருக்கு எட்டு, சிலருக்கு ஆறு அல்லது நான்கு அல்லது இரண்டு.

அலியால் சிலந்தியின் வலையைக் கூட தெளிவாகப் பார்க்க முடிந்தது. பத்து அங்குலம் அகலமாகவும், ஒன்பது அங்குலம் நீளமாகவும் இருந்தது. சில இழைகள் விட்டுப்போயிருந்தன. இருந்தாலும் முக்கால் வாசி பிழையின்றி இருந்தது.

சூரிய ஒளியின் மாற்றத்தினால் சிலந்தியின் தோற்றமும் அதன் வலையின் வடிவமும் மாறுவது அலிக்கு ஆச்சரியம் அளித்தது. சூரிய ஒளியில் வலை பளிச்சென ஒளிர்ந்த போதெல்லாம் அதைத் தெளிவாகப் பார்க்க முடிந்தது.

அதன் அடுக்கு அமைப்பு அலிக்கு மிகவும் பிடித்திருந்தது. புதிர் பாதைப் போல இருந்தது. சூரியன், மேகங்களுக்குப் பின் மறைந்துவிட்டதால் சில நூல்கள் மட்டுமே கண்ணில் பட்டன.

சிலந்தி வலையில் வலது மேல் பக்கத்தில் உருண்டையாகச் சின்ன உருவம் தெரிந்தது. "அந்த மூலையில் அது என்ன அப்பா?" என்று அவன் அப்பா நன்றாகப் பார்க்க, தான் நகர்ந்தான்.

"அது ஒரு பூச்சி பா. சிலந்தி தனக்குப் பசிக்கும் வரை அதை பாதுகாக்க, சுற்றி நூல் கூடு கட்டி இருக்கு. ஆனால் அங்கே பார் மற்ற சில பூச்சிகளும் மாட்டிக்கொண்டு இருக்கு, அவைகளை சுற்றிக் கூடு இல்லை."

அலி சரியாக கவனிக்க காமிரா கிட்டப் போனான்.

“உனக்குத் தெரியுமா, 30,000 வகையான சிலந்திகள் இந்த உலகத்தில் இருக்கின்றன? ஆனால் அனைவரும் வலை சுற்றுவதில்லை?” அலிக்கு இந்த செய்தி தெரியாததால் தலையை அசைத்தான். அசைத்துக்கொண்டே சிலந்தி வலையின் மேல் இருந்த கவனம் தவறி விட்டது.

திரும்பப் பார்த்தால் முன்பு பார்க்காத பூச்சி ஒன்று தெரிந்தது. மும்முரமாகத் தலையை ஆட்டிக்கொண்டிருந்த பொழுது மாட்டிக்கொண்டதா? இல்லை முதலிலிருந்து அங்கு தான் இருந்ததா? திரும்ப அசைந்தால் எதையாவது கோட்டைவிட்டுவிடுவோம் என்று தீர்மானித்தான். அப்பாவை தன் கவனத்தை குலைக்காமல் இருக்கச் சொன்னான்.

ரஷீத் சிரித்துக்கொண்டே சொன்னார், “சரி அலி. உன்னை சிலந்தியுடன் தனியாக விட்டுவிடுகிறேன்.” உள்ளே சென்று மகன் மேல் ஒரு கண் வைத்துக்கொள்ள வசதியான ஒரு இடத்தில் அமர்ந்துக்கொண்டார்.

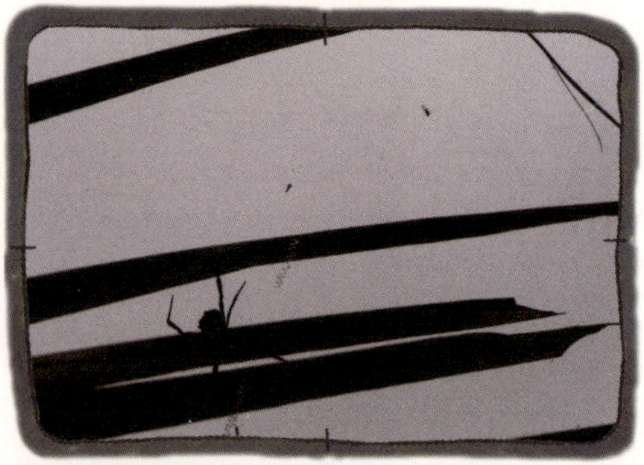

சிலந்தியின் மேல் இருக்கும் அலியின் கண்ணோட்டம் மாறிக்கொண்டே இருந்தது. தென்றல் வலையை தூக்கும்போதெல்லாம், அது காமிராவின் காட்சிக் கண்டுபிடிக்கும் தருவாயின் ஒரு மூலையிலிருந்து இன்னொன்றுக்கு இடம் மாறியது. ஒரு கணம் மேல் மூலையில் இருக்கும். அடுத்த கணம் கீழே இருக்கும். உடனே இடது பக்கத்தில் தெரியும். சில சமயம் கண்ணிலேயே படாது.

ஒரு தடவை அவனுக்கு சிலந்தியின் மூன்று கால் நுனிகள் மட்டுமே தெரிந்தது. திடீரென்று காற்று வீச திரும்பவும் மொத்த வலையும் காட்சி அளித்தது.

அலி அப்பாவிடம் உரக்கக் கேட்டான். “அப்பா, சிலந்தி இங்கு இன்னும் சற்று நேரம் இருக்குமா? நான் அதை திரும்பத்திரும்ப பார்க்கலாமா?”

ரஷீத், அலியிடம் வந்து தோளைத் தட்டிக்கொடுத்தார். “இங்கு இன்னும் கொஞ்ச நேரம் இருக்கும் என்று எனக்குத் தோன்றுகிறது... நீ அதை அடிக்கடி பார்க்கலாம்!”

அலி பந்தாட போய்விட்டான், ரஷீத் படம் பிடிக்க தயாராகிக்கொண்டார்.